Jessica Souhami studied at the Central School of Art and Design.
In 1980 she formed Mme Souhami and Co., a travelling puppet company
using colourful shadow puppets with a musical accompaniment and a storyteller.
Her books for Frances Lincoln are just as vibrant and funny as her puppet shows.
They include *The Leopard's Drum*, *Old MacDonald*, two volumes of *Silly Rhymes:*
One Potato, Two Potato and *Mother Caught a Flea*. *The Black Geese* written by Alison Lurie,
No Dinner!, *In the Dark Dark Wood*, *Mrs McCool and the Giant Cúchulainn*,
The Famous Adventure of the Bird Brained Hen and *The Little Little House*.
For this title Jessica Souhami worked in collaboration with book designer Paul McAlinden.
Jessica lives in North London.

To Gulzar Kanji

Gugarati Translation by
Hema Parekh
ભાષાંતરઃ હેમા પારેખ

An Ancient Tale from India
Rama and the Demon King
Jessica Souhami

રામ અને રાક્ષસ રાજા

FRANCES LINCOLN CHILDREN'S BOOKS

This is the story of a brave and good prince called Rama, the King's favourite son. He had a dear wife called Sita, and a loyal brother, Lakshman.

And all the people in the kingdom loved him.
Well, all but one...
and that was his jealous stepmother.
She HATED Rama.
And she planned to get rid of him forever...

આ વાર્તા રામ નામના એક બહાદુર અને સજ્જન રાજકુમારની છે. જે રાજાનો માનીતો પુત્ર હતો. તેમને સીતા નામની એક પ્યારી પત્ની હતી અને લક્ષ્મણ નામનો વફાદાર ભાઈ હતો.

એક વ્યક્તિ સિવાય રાજ્યના બધાંજ ....
લોકો એમને ચાહતાં હતાં અને તે વ્યક્તિ તેમની અદેખી ઓરમાન માતા હતી.
એ રામને ધિક્કારતી હતી.
તેણીએ રામનો હંમેશને માટે નિકાલ લાવે...
તેવું કાવતરું રચ્યું.

Rama's wicked stepmother went to the King and said,
"Long ago, I saved your life and you promised to reward me.
Now I want you to send Rama into the forest for fourteen years."

The King was horrified. The forest was full of terrible demons.
But what could he do? A King MUST keep his promise.

With a broken heart, he sent Rama away.

So that very day Rama, with Sita and Lakshman at his side,
set out for the dangerous forest.

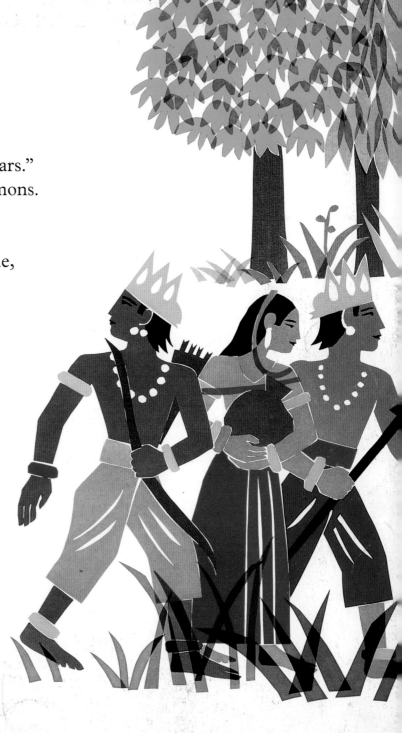

રામની દુષ્ટ ઓરમાન માતા રાજા પાસે ગઈ અને બોલી, ''ઘણા
સમય પહેલાં મેં તમારો જીવ બચાવ્યો હતો અને તમે બદલામાં મને
એક વરદાન આપ્યું હતું. હવે હું ઇચ્છું છું કે તમે રામને ચૌદ વર્ષ માટે
વનમાં મોકલી આપો.''

રાજા હેબતાઈ ગયા. વન ભયંકર રાક્ષસોથી ભરપૂર હતું. પરંતુ એ શું
કરી શકે? પોતે રાજા હતા, એટલે આપેલું વચન **પાળવું જ** પડે.

દુ:ખી હૃદયે તેમણે રામને વનમાં જવાનું કહ્યું.

એટલે તે જ દિવસે રામ અને તેમની સાથે સીતા અને લક્ષ્મણ
વનની ભયાનક વાટે નીકળી પડ્યાં.

In the forest the demons hated anyone good and they were spoiling for a fight. As soon as Rama, Sita and Lakshman appeared, the demons attacked them gleefully.

But both princes were brilliant fighters. They fought back bravely and killed thousands of demons until at last there was peace in the forest.

Rama, Sita and Lakshman lived a quiet and simple life among the forest animals.

BUT it was not to last.

વનમાં રાક્ષસો કોઈપણ સારું હોય, તેને ધિક્કારતા અને લડાઈ વ્હોરી લેવા માટે હંમેશા તૈયાર રહેતા. રામ, સીતા અને લક્ષ્મણ જેવા વનમાં દાખલ થયાં કે રાજી થતાં રાક્ષસો તેમનાં પર તૂટી પડ્યા.

પણ બંન્ને રાજકુમારો ઉમદા લડવૈયા હતા. તેમણે બહાદુરીથી રાક્ષસો સામે લડી, હજારો રાક્ષસોની કતલ કરી અને આખરે વનમાં શાંતિ સ્થાપી હતી.

વનનાં પ્રાણીઓ વચ્ચે રામ, સીતા અને લક્ષ્મણ શાંત અને સાદું જીવન જીવવા લાગ્યાં.

પણ આવું ચાલવાનું નહોતું.

Far away, in a magnificent palace on the island of Lanka, lived Ravana, the ten-headed king of all the demons.

He was evil and proud.

"No one can defeat me," he boasted. "No one knows more magic!" He smiled ten horrible smiles.

One day a messenger brought news from India that Rama and Lakshman had killed thousands of demons.

"WHAAAAT!" his ten mouths screeched. And he quivered with rage.

દૂર દૂર લંકાના ટાપુ પર એક અદ્ભૂત મહેલમાં દસ માથાવાળો બધા રાક્ષસોનો રાજા રાવણ રહેતો હતો.

એ અધમ અને ઘમંડી હતો.

''મને કોઈ પણ હરાવી શકે તેમ નથી.'' તેમ એ બડાઈથી કહેતો.

''કોઈને મારાથી વધુ જાદુ આવડતું નથી!'' એણે દસ ગંદા સ્મિત કર્યા. એક દિવસ ભારતથી સંદેશો લાવનારે સમાચાર આપ્યા કે રામ અને લક્ષ્મણે તેના હજારો રાક્ષસોને મારી નાખ્યા છે.

''શું.....!''એનાં દસ મોઢાં ચિત્કારી ઊઠ્યાં અને તે ક્રોધથી કાંપવા લાગ્યા.

Ravana lept into his magic chariot and flew to India. There he hid in a tree, ready to pounce on Rama and Lakshman.

But when he caught sight of Sita he stopped short, dazzled by her beauty.

"She must be my queen!" he muttered. "I'll steal her from Rama and leave him broken-hearted. Serve him right for killing my demons!"

And his ten brains buzzed with evil schemes.

રાવણ પોતાના જાદુઈ રથમાં કૂદી પડ્યો અને ભારત તરફ ઊડ્યો. ત્યાં એક ઝાડમાં સંતાઈ ગયો અને રામ અને લક્ષ્મણ પર આક્રમણ કરવા તૈયાર થઈ બેઠો.

પણ જ્યારે તેની નજર સીતાજી પર પડી, ત્યારે તેમનું સૌંદર્ય જોઈ એ એકદમ અટકી ગયો.

'' એને મારી રાણી બનાવવી જ પડશે!.'' એમ એ બબડ્યો. ''હું તેને રામ પાસેથી છીનવી લઈશ અને રામનું દિલ તોડી નાખીશ. મારા રાક્ષસોને મારી નાખવાનો તેને બરોબર બદલો મળશે.''

અને તેનાં દસ માથામાં અધમ કાવતરાં ઘૂમવા લાગ્યાં.

This is what Ravana did.

He sent a magic deer into the forest, a golden creature which enchanted Sita. Rama offered to catch it for her.

"Lakshman," he said, "look after Sita while I'm gone. There may still be demons about."

And he followed the deer until they both disappeared from view.

રાવણે આ પ્રમાણે કર્યું,

એણે એક જાદુઇ હરણને વનમાં મોકલ્યું, એ સોનેરી પ્રાણી જોઇને સીતાજી મુગ્ધ થઇ ગયાં. રામ હરણ તેણી માટે પકડી લાવશે તેવો પ્રસ્તાવ મૂક્યો.

તેમણે કહ્યું, ''લક્ષ્મણ,'' ''હું જાઉં છું તે દરમિયાન તું સીતાની સંભાળ રાખજે. હજુ આસપાસ રાક્ષસો હોઇ શકે .''

અને તે હરણની પાછળ પાછળ ગયા અને પછી બંન્ને દેખાતા બંધ થઇ ગયા.

All was quiet.
Suddenly Sita and Lakshman heard a cry.
"Help me! Help me, Lakshman!"
It sounded like Rama.
So Sita said, "Leave me Lakshman, and rescue Rama.
I'm safe here. Hurry!"
Then Lakshman ran as fast as he could towards the
voice. But of course it was not Rama calling. It was
a fiendish trick of Ravana's.

ચારે બાજુ બધે શાંતિ હતી.
ઓચિંતી સીતા અને લક્ષ્મણે એક બૂમ સાંભળી, ''મને મદદ કર, લક્ષ્મણ!
મને મદદ કર.''
જાણે રામનો જ અવાજ ન હોય!
એટલે સીતાજીએ કહ્યું, જાઓ લક્ષ્મણ, મને મૂકી અને રામને મદદ કરો.
હું અહીં સલામત છું જલ્દી જાઓ!''
પછી લક્ષ્મણ બને તેટલી ઝડપે અવાજની દિશામાં દોડ્યા, પણ એ કંઈ
રામનો અવાજ ન હતો. એ તો રાવણનું એક રાક્ષસી કપટ હતું.

And now Sita was alone.
Wicked Ravana swooped down
and carried her off in his magic chariot.

અને હવે સીતાજી એકલાં હતાં.
દુષ્ટ રાવણે નીચે નમી સીતાજીને ઊંચકી
લીધાં અને પોતાના જાદુઇ રથમાં બેસાડીને
ઉડી ગયો.

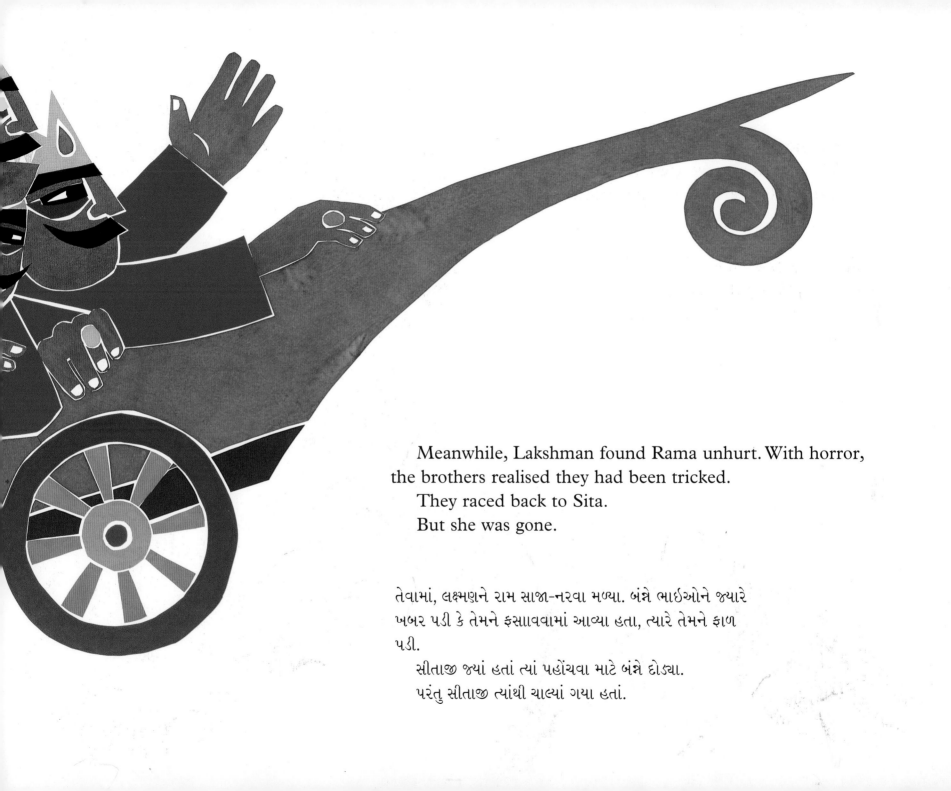

Meanwhile, Lakshman found Rama unhurt. With horror, the brothers realised they had been tricked.
They raced back to Sita.
But she was gone.

તેવામાં, લક્ષ્મણને રામ સાજા-નરવા મળ્યા. બંન્ને ભાઈઓને જ્યારે ખબર પડી કે તેમને ફસાવવામાં આવ્યા હતા, ત્યારે તેમને ફાળ પડી.
સીતાજી જ્યાં હતાં ત્યાં પહોંચવા માટે બંન્ને દોડ્યા.
પરંતુ સીતાજી ત્યાંથી ચાલ્યાં ગયા હતાં.

Rama was desolate.
The two brothers looked all over India for Sita. Their search seemed hopeless.

Then, one day, they reached the land of the monkeys. There they met Hanuman, the leader of the monkey army, and told him their story.

"Ravana has taken Sita," said Hanuman. "We saw them flying towards the palace on the island of Lanka."

"But how can we reach her?" asked Rama. "The sea round Lanka is full of monsters."

રામ ખૂબજ ઉદાસ થઈ ગયા, બંન્ને ભાઈઓએ આખા ભારતમાં ચારે તરફ સીતાજીને શોધવા માંડ્યાં પરંતું તેમને તેમાં નિરાશા જ મળતી રહી.

પછી, એક દિવસ તેઓ વાનરોના પ્રદેશમાં પહોંચ્યા. ત્યાં વાનર સેનાના સેનાપતિ હનુમાનને તેઓ મળ્યા અને તેમણે પોતાની વાત હનુમાનને કહી.

''સીતાજીને રાવણ લઈ ગયો છે.'' તેમ હનુમાને કહ્યું અને ''અમે તેમને લંકાના ટાપુ પરના મહેલ તરફ ઉડતાં જોયા હતાં. ''

''પણ આપણે સીતા પાસે કેવી રીતે પહોંચીશું ?'' રામે પૂછ્યું, ''લંકાની આસપાસનો દરિયો બિહામણાં પ્રાણીઓથી ભરપૂર છે.

"I think I can help you find Sita," said Hanuman.
"My father is Vayu, the Wind God, and so I can fly like the wind!"
    Rama and Lakshman were astonished.
    "Take my ring," said Rama. "When you find Sita, give it to her
so she will know I sent you. Good luck."

''મને લાગે છે કે હું તમને સીતાજીની શોધમાં મદદ કરી શકીશ.''
હનુમાને કહ્યું ,'' પવન દેવતા વાયુ મારા પિતા છે અને હું પવનની જેમ
ઊડી શકું છું! ''
    રામ અને લક્ષ્મણને નવાઈ લાગી.
    ''તો પછી મારી વીંટી લઈ જાઓ,'' રામે કહ્યું. જ્યારે તમને સીતાજી
મળે ત્યારે આ વીંટી તેમને આપજો, જેથી તેમને ખબર પડશે કે મે તમને
મોકલ્યા છે. જાઓ, તમારી ફતેહ થજો.''

And Hanuman flew across the treacherous sea to Lanka.

અને હનુમાન ભયંકર દરિયો ઓળંગીને લંકા તરફ ઉડ્યા.

Hanuman found Sita imprisoned n Ravan's garden.
He gave her Rama's ring.

"I'm so glad to see you," she cried. "I've refused
to become Ravana's queen. If I don't change my mind,
he says he will chop me into little pieces and eat me up
for breakfast!"

"Be brave, Sita," whispered Hanuman. "We will be
back for you soon."

હનુમાને સીતાજીને રાવણના બગીચામાં કેદ થયેલાં જોયાં.
એમણે તેમને રામની વીંટી આપી.

''તમને જોઈને હું બહુજ રાજી થઇ છું.'' એમ કહી તેઓ રડી પડ્યાં.

''મેં રાવણની રાણી બનવાનો તેને ઇન્કાર કરેલ છે. રાવણે મને કહયું,
''જો હું મારો વિચાર નહિં બદલું તો તે મારા નાના નાના ટુકડા કરીને નાસ્તામાં
ખાઇ જશે!.''

''હિંમત રાખો, સીતાજી,'' હનુમાન બહુ જ ધીરેથી બોલ્યા. ''અમે
તમને લેવા તરતજ પાછા આવીશું. ''

Hanuman returned to Rama with his news, and the monkey army prepared for battle.

They began by building an amazing bridge which stretched right across the sea from India to Lanka.

Then the army, led by Rama, Lakshman and Hanuman, marched across it!

સીતાજીના સમાચાર સાથે હનુમાન રામ પાસે પાછા આવ્યાં અને વાનરસેનાએ લડાઈની તૈયારી શરૂ કરી.

સૌ પ્રથમ તો તેમણે ભારતથી લંકા સુધી દરિયાને ઓળંગતો એક અદ્ભૂત પુલ બાંધ્યો.

પછી રામ, લક્ષ્મણ અને હનુમાનની આગેવાની નીચે લશ્કરે તે પુલ પર આગેકૂચ કરી!

Ravana's demon army was waiting for them on Lanka and a terrible battle began. The demons tried all their evil tricks. Some used magic arrows that turned into poisonous snakes. Some became invisible. Others moved at the speed of light.

But Rama, Lakshman and the monkey army stood firm and after many days of fierce fighting, the demons were defeated. BUT THEN...

રાવણનું રાક્ષસી લશ્કર તેમની વાટ જોતું લંકાના કિનારે ઊભું જ હતું અને એક ભયંકર યુધ્ધ શરૂ થયું. રાક્ષસોએ પોતાની બધી અધમ કપટો અજમાવી જોઈ. કોઇએ જાદુઇ બાણો વાપર્યાં, જે ઝેરી સાપ બની ગયાં. કોઇ અદૃશ્ય થઇ જઇ લડવા લાગ્યા. કોઇ વળી વિજળીની ઝડપે ઘૂમવા લાગ્યા.

પણ રામ, લક્ષ્મણ અને વાનર સેના અડગ રહી અને ઘણા દિવસની ભયંકર લડાઇ પછી તેમણે રાક્ષસોને હરાવ્યા. પણ પછી....

Ravana appeared, his twenty eyes blazing.

"Ha, Rama!" he sneered. "You know you cannot beat ME!"

Rama was silent. He slowly raised his bow and released a magic arrow.

It found its own way to Ravana. It pierced his evil body. Ravana was DEAD.

રાવણ પોતાની વીસ આંખોમાંથી અંગારા વેરતો હાજર થયો.

''હે રામ !'' એ ઘૂરક્યો. ''તને ખબર છે કે તું **મને** હરાવી શકવાનો નથી!''

રામ ચૂપ રહ્યા. એમણે ધીમેથી પોતાનું કમાન ઉપાડ્યું અને એક જાદુઈ બાણ છોડ્યું.

એ આપોઆપ રાવણ પાસે પહોંચી ગયું. એણે રાવણના અધમ શરીરને વીંધ્યું. રાવણ મૃત્યુ પામ્યો.

Rama and Sita were returned to India. The people rejoiced and welcomed Rama home. Sadly the old king had died of his grief.

Rama was made king, with Sita his queen, and Lakshman and Hanuman at his side. The celebrations lasted for a whole month. Even the stepmother was invited.

Rama ruled wisely and well.

The land became fruitful, and at last the kingdom was free from all evil.

રામ અને સીતાનું ફરી મિલન થયું અને તેઓ ભારત પાછાં ફર્યા. લોકોએ ઉત્સવ મનાવ્યો અને રામને પોતાના વતનમાં આવકાર્યા.

વૃધ્ધ રાજા દુ:ખી થઇને મૃત્યુ પામ્યો હતો.

રામને રાજા બનાવવામાં આવ્યા અને રાણી સીતાજી તેમની પડખે ઊભાં સાથે લક્ષ્મણ અને હનુમાનજી બાજુમાં ઉભા. આ ઉત્સવ આખો મહિનો ચાલ્યો.

અને તેમાં તેમની ઓરમાન માતાને પણ આમંત્રણ આપવામાં આવ્યું હતું.

રામે ડહાપણ અને ખંતથી રાજ્ય કર્યું.

દેશમાં પેદાશ વધી અને આખરે રાજ્ય દરેક પ્રકારની અધમતાથી મુક્ત બન્યું.

The story of Rama, who rescues his wife, Sita, from the Demon King,
has been told in India for thousands of years and is said to confer
a blessing on all who hear it.

The legend may have been based on historical fact.
It passed from person to person until, in about 400 B.C., the poet Valmiki
wrote the *Ramayana*. Almost every regional language in India has its own version,
and the story has spread throughout south-east Asia. Heroic saga, love story
and symbolic account of the battle between good and evil, the *Ramayana*
has inspired countless works of art and literature.

First published in Great Britain in 1997 by
Frances Lincoln Limited, 4 Torriano Mews
Torriano Avenue, London NW5 2RZ

First Gujarati language edition published by Frances Lincoln in 2005

British Library Cataloguing in Publication Data available on request.

ISBN: 1-84507-416-5

Printed in China

1 3 5 7 9 8 6 4 2

OTHER DUAL LANGUAGE TITLES FROM FRANCES LINCOLN CHILDREN'S BOOKS

The Leopard's Drum
Jessica Souhami

A very small tortoise outwits a boastful leopard to capture his drum
in this dramatic retelling of the traditional Asante tale from West Africa.
Jessica Souhami has adapted her own shadow puppet images to create the bold illustrations.

ISBN: 1-84507-385-1 (Panjabi)
ISBN: 1-84507-418-1 (Urdu)
ISBN: 1-84507-419-X (Gujurati)
ISBN: 1-84507-420-3 (Bengali)

Amazing Grace
Mary Hoffman
Illustrated by Caroline Binch

"Caroline Binch's beautiful and vigourous illustrations powerfully project
the image of Grace who, with the support of her mother and grandmother,
discovers that you can do anything you want to."
Children's Books of the Year 1992

ISBN: 1-84507-383-5 (Panjabi)
ISBN: 1-84507-410-6 (Urdu)
ISBN: 1-84507-413-0 (Gujarati)
ISBN: 1-84507-414-9 (Bengali)

Frances Lincoln titles are available from all good bookshops.
You can also buy books and find out more about your favourite titles,
authors and illustrators on our website: **www.franceslincoln.com**